Happy Within

Ìdùnnú atọkàn wa.

By Marisa J. Taylor
Illustrated by Vanessa Balleza

BILINGUAL
English - Yoruba

I love the color of my skin. I am unique and beautiful within.

Mo féràn àwo ara mi, èmi ni aláilégbé tí ó sì jé arẹwà láti inú wá.

I take pride in who I am and what I can do.

Mo ní ìgbéraga lórí ẹni tí mo jẹ àti lórí ohun ti mo lè ṣe.

Being me makes me happy from within.

Ìfọkànsìn nínú ara mi máa ń fún mi ní ìdùnnú láti ọkàn wa.

I love to sing, dance and play with my friends, but that is just me, that makes me happy.

Mo fẹ́ràn láti máa kọrin, jó, àti láti máa ṣeré pẹ̀lú àwọn ọ̀rẹ́ mi, Ṣùgbọ́n ìṣẹ̀dá mi nìyẹn, èyí a máa mú inú mi dùn.

What about you? What makes you happy?

Ìwọ ńkọ́? Kí ni ó máa mu inú rẹ dùn?.

Some of my friends love to play with toys and make a lot of noise. That is okay too, because to them it brings joy.

Lára àwọn ọ̀rẹ́ mi fẹ́ràn lati máa fi àwọn ńkan ìṣeré omode ṣeré àti lati máa pariwo ọ̀pọ̀lọpọ̀, Ìyẹn náà dára, nítorí wí pé, àwọn ńkan wọ̀nyí je oun ti on fun won layo.

Some of my friends love to sing, dance and chat away. That's okay, because everyone is different and special in their own way.

Díẹ̀ lára àwọn ọ̀rẹ́ mi fẹ́ràn lati máa kọrin, jó, àti láti máa se àrọ̀yé, Ìyẹn dara, nítorí wí pé gbogbo ènìyàn ni wọn yàtò ti wọ́n si ṣe pàtàkì ní ọ̀nà ti wọn.

I do my best to be the best version of me.

Mo gbìyànjú láti ṣe ohun tí ó dára jù lọ fún ara mi.

I do not compare myself to the other children I see. I am proud of who I am and free to be me.

Èmi kì í fi ará mi we àwọn ọmọdé mìíràn tí mo bá rí, mo ni ìgbéraga nínú ara mi, ti o si mú òmìnira gba ọkàn mi.

Some children will say things and make you feel sad.

Àwọn ọmọdé mìíràn yóò so àwọn ńkan ti o ba ni lọ́kàn jẹ.

Don't pay attention to their words and continue to be glad.

Má ṣe kọbi ara si wọn ki o si tẹsíwàjú nínú ìdùnnú rẹ.

Let's support one another to be the best we can be.

Jẹ́ ki a se àtìlẹ́yìn fún ara wa láti jẹ́ ẹ̀dá ti o kogo já jùlọ.

Everyone is unique in their own special way.

Gbogbo ènìyàn ni won jẹ aláilẹ́gbẹ́ ti won yàtò ti won si ṣe pàtàkì ní ọ̀nà ti wọn.

Be happy with who you are and what you see.

Jẹ́ ki inú re máa dùn fún iru ẹ̀dá ti o jẹ́ àti ohun tí ojú rẹ rí

It doesn't matter where in the world you are from, nor the colour of your skin, BE you na d do what makes you happy from within.

Kò ṣe pàtàkì ibi ti o bá ti wà abi awọ ara rẹ.
Ma a ṣe ti ẹ, má ṣe nkan ti o mu inú ẹdun lati inu wá.

The moment you feel the butterflies inside and have a smile on your face, do more of that to make you grin.

Ní àkókò ti o ba ni ìmọsílára ìdùnnú ti ẹrín sì pẹ̀kẹ́ ẹ̀ rẹ, Gbìyànjú láti teslim nínú ohun tí i ó pá Ọ lẹ́rin in.

One thing to remember in order to be happy from within...

Bí o bá fe ni ìdùnnú láti ọkàn wa, o kò gbọ́dọ̀ gbàgbé ohun pàtàkì kan.

**Look at yourself in the mirror and say out loud
"I am the best version of me and happy within my skin."**

ʹWo ara rẹ nínú àwọ̀jígí kí o sì pariwo sókè wí pé 'Èmi ni mo dára jù lọ, inu mi si dùn pẹ̀lú àwọ̀ mi.

If you believe in and love yourself,
you can achieve anything and win.

Ti o ba gbagbọ ninu ati nifẹ ara rẹ, o le ṣaṣeyọri ohunkohun ki o ṣẹgun.

DEDICATION

This book is dedicated to all the children of the world. I made this especially for you so that you are reminded of how amazing you are. Never stop loving yourself, because self-love is the key to happiness.

Special thank you to my daughter Havana and husband Andre for inspiring me to write this. Thank you Naliya for giving me all the happy vibes allowing me to finish writing this book while you were in my belly. Extra special thanks to the most amazing and supportive husband, you are the best thing that happened to me. I love you more than words can describe.

Last but not least...Thank you very much Vanessa for understanding my vision and for bringing it to life through your beautiful images. ¡Muchísimas gracias!

This book is dedicated to Oreofe. Thank you for being part of Havana's life. The world needs more positive books representing amazing, loving and happy boys like you. We love you and your brother dearly.

Being me makes me....

. . . .

What about you?
What makes you happy?

LINGO BABIES

Happy Within
Ìdùnnú atọkàn wa.
Copyright © Lingo Babies, 2020

Written by Marisa J. Taylor
Illustrations: Vanessa Balleza
ISBN: 978-1-8382473-2-4

Graphic Design: Clementina Cortés
Translation by Moji Soile

All rights reserved. No part of this book may be reproduced or used in any matter without written permission of the copyright owner.

www.ingramcontent.com/pod-product-compliance
Lightning Source LLC
Chambersburg PA
CBHW050756110526
44588CB00002B/23